हौस फुल कविता

दत्ता जोशी

"नेहमीच्या धकाधकीच्या धावपळीतून हसण्याचे दोन क्षण
शोधू ईच्छीणाऱ्या प्रत्येकास"

अनुक्रमणिका

अनुक्रमणिका

अनुक्रमणिका

अनुक्रमणिका

अनुक्रमणिका

प्रस्तावना

आम्हा लेखकांच्या मांदियाळीत विनोदी रसाची कमतरता भासावी, सर्व लेखकांनी "दत्त..दत्त.." म्हणून नवस करावा आणि देवाने दत्ता सरांना आमच्यापुढे "दत्त" म्हणून उभे करावे...अशी काहीशी आम्हा ईरा परिवार आणि दत्ता सरांची झालेली भेट.

ईरावर एका जलद लेखन स्पर्धेला काहीही विषय चालणार आहे असं घोषित केलं अन सरांनी शब्दशः अर्थ घेऊन "काहीही" नावाची कथामालिका लिहुन काढली, बरं झालं सर आईन्स्टाइनच्या काळात जन्मले नाही, नाहीतर बिचाऱ्या आईन्स्टाइनला आज कुणी ओळखले नसते. आमच्याशी बोलतांना अगदी साळसूद, केविलवाणे वाटणारे आमचे सर "मी लहान आहे हो" अशी सहानुभूती मिळवतात पण तिकडे फटदिशी आपलं पुस्तक प्रकाशीतही करून टाकतात. हे म्हणजे वर्गातला पहिला येणारा मुलगा ढ मुलाला सांगतो ना, "यावेळी माझा काहीच अभ्यास नाही रे", तसंच काहीसं..!

काही माणसं आपल्याभोवती एक वेगळंच वलय निर्माण करत असतात. आनंदाचं, हास्याचं आणि सहजतेचं, आणि अशी मंडळी जर लेखक असतील तर त्यांचं हे वलय अनेक वाचकांना सुखावून सोडतं. असेच आमचे लाडके लेखक म्हणजे श्री. दत्ता जोशी सर.

मागच्या जन्मात काहीतरी पुण्य केलं असावं , म्हणूनच दत्ता सरांसारखे लेखकमित्र, मार्गदर्शक आणि जवळपास सगळंच पेलणारे लेखक आम्हाला भेटले. आयुष्य किती सहज, सुंदर आणि सोपं असतं याची अनुभूती घ्यायची असेल तर दत्ता सरांचे लिखाण वाचावे. विनोदी लिखाण ही त्यांची खासियत आम्ही लिखाणातून आणि संभाषणातून अनुभवलीच आहे, आता प्रत्यक्ष भेटीचा योग येईल तेव्हाच अश्या दिव्य वलयाच्या व्यक्तीला नमस्कार करता येईल.

सरांचे नवीन प्रकाशित होणारे पुस्तक म्हणजे आम्हा सर्वांसाठी एक पर्वणीच, आम्ही अतिशय आतुरतेने या पुस्तकाची वाट बघत आहोत. कारण हे केवळ एक पुस्तक नाही, तर निरागस हास्य फुलवून आयुष्य

सुखकर करणारा एक दीपस्तंभ असेल याची आम्हाला खात्री आहे. त्यांच्या या पुस्तकांत एकूण शंभर कविता असून प्रत्येक कविता वाचल्या नंतर सुरवातीला आपण अतीशय गंभीर होवून वाचत असतो आणि शेवटच्या ओळीत त्यांनी षटकार मारून आपल्या ओठावर जोरदार हसू आणलेलं असतं. या हसण्यात कधी निखालस हास्य असतं तर कधी उपहास तर कधी परिस्थितीच मार्मिक सत्य असतं. म्हणून या कविता मनात रेंगाळत राहतात. केंव्हाही उठावं कोणतही पान उघडाव आणि हसत सुटाव असं त्याचं हे पुस्तकं आहे.

मला तर वाटतं त्यांच्या या कवितांचे त्यांनी मनात आणलं तर छान जाहीर वाचनाचे हास्य स्फोटक कार्यक्रम होतील.

-संजना इंगळे

(CEO- Ira Blogging)

ऋणनिर्देश, पावती

आपल्या अत्यंत व्यस्त वेळेतून वेळ काढून ज्यांनी प्रस्तावना लिहून दिली त्या ईरा ब्लॉगच्या सर्वेसर्वा सौ. संजना इंगळे मॅडम, जीने अत्यंत सुबक कव्हर बनवून दिले त्या सौ. लीना पोळ आणि जिच्या सहकार्या शिवाय हे पुस्तक पूर्णत्वास आलेच नसते अशा सौ. रोहिणी गभाले हिच्या उल्लेखाशिवाय हा ऋणनिर्देश अपूर्ण राहील.

1. असह्य दुःख

मी तुझ्या समोर
खुर्चीवर डोळे मिटून बसलेली
असहाय्य, डोळ्यातून अश्रूंच्या अखंड धारा
आणि प्रचंड वेदनांनी चेहरा पिळवटलेला
आता जे काही होणार होतं ते तूच करणार होतास
परिस्थितीला सामोरं जाण्यापलीकडे
मी काय करू शकणार होते
कारण मी स्वतः हुन मला तुझ्या हवाले केलेलं होतं
हळू हळू तुझा हात माझ्या चेहऱ्या जवळ आला
वेदनेचा डोंब उसळला
मी डोळे गच्चं मिटून घेतले
एक अस्फुट किंकाळी मी फोडली
झालं एकदाच,
:
:
:
:

दात पूर्ण किडला होता
तू हात धुता धुता म्हणालास.

2. प्रेम बीम सगळं झूठ असतं हो

आज ती अचानक पोस्टात दिसली,
काळजातली धड धड,
उगाचच वाढली,
तिच्या सोबत घालवलेले अनेक
आठवणींचे क्षण डोळ्यासमोर
चमकून गेले.
सात जन्म साथ देण्याच्या,.
त्या शपथा,
ती वचनं,
अजून ती तशीच होती,
तोच नाजूकपणा,
तेच भाव विभोर डोळे.
लांबसडक नाजूक बोटं.
जसं जसा नंबर जवळ यायला लागला,
तासतसे हातपाय कापू लागले,
तिच्या गळ्यातले मंगळसूत्र स्पष्ट दिसत होते.
मी कासावीस झालो.
दोन रेव्हेन्यू स्टॅम्प, मी म्हणालो
तिने क्षणभर माझ्या कडे पाहिलं
हलकंस हसून विचारलं कसा आहेस.
आणि काळजात प्रचंड कळा दाटून आल्या.
परकेपणाची आणि पोरके पणाची जाणीव दाटून आली,
तिलाही खूप दुःख झालं असणार,
या माझ्या आत्मविश्वासाला तर पूर्ण तडा गेला माझ्या

जेव्हा जाणवलं
की तिने मला ओळखलं असूनही
परक्यासारखे
:
:
:
:
माझ्या कडून रेव्हेन्यू स्टॅम्पचे दोन रुपये घेतले होते

3. खरं दुःख

तुला हे कधी ना कधी सांगावं लागणारच होतं,
शेवटी आपण एकत्र घालवलेले क्षण आणि त्यांच्या आठवणी,
याला पूर्ण विराम देण्याची वेळ आलीच होती,
हॉटेलमध्ये नेहमीच्या जागी,
बसून मी, नेहमीची ऑर्डर दिली,
शेवटची ऑर्डर आणि तुझी प्रतिक्रिया पाहू लागले,
माझं लग्न ठरलंय,
तू वर बघत नव्हतास,
पण आतल्या आत उध्वस्त झाला होता,
तुझ्या शिवाय मला काही करमणार नाही,
जगायलाही काही जमणारही नाही,
तू काहीच बोलला नाही,
मला माहित होतं तू कोलमडतोय,
कारण तुझ्या टपोऱ्या डोळ्यातुन पाणी वाहात होतं,
मी निस्तब्द आणि गंभीर
शेवटी तू उठलास , डोळे पुसले
काउन्टरवर बिल भरता भरता म्हणालास

:
:
:
:
:

वेटर, आज भेळ प्रचंड तिखट झाली आहे.
खायला पण जमत नव्हती

4. आपल्यातल्या गप्पा

आपल्या गप्पा सुरुवातीला
आठवतात का
तूझं ते ओळखीचं हास्य
सतत फक्त तू बोलायचं
आणि मी ऐकत राहायचं
नंतर गप्पा
कटाक्षाने व्हायच्या
कधी इशाऱ्याने
कधी स्पर्शाने
कधी नजरेनं
अवखळ पणे कधी तू
पाणी शिंपडलं
की सगळ्या अंगभर शहारा पसरायचा
कधी आरशात तूझं ते प्रतिबिंब दिसायचं
तुझंही प्रतिबिंब
माझंही प्रतिबिंब
असा कसा रे असायचा तू
मला आठवतं
तू सोबत असल्या पासून माझ्यात
किती किती
बदल व्हायचे .
तू मात्र तसाच
अगदी निर्विकार पणे शेवटी विचारायचा
:
:

:

:

साहेब केसांना काळ लावून देवू ना
केस खूप पांढरे झाले आहेत .

5. अनामिक ओढ

जिचे स्वप्न मी रात्रंदिवस पाहिले होते,
तिच्या सोबत सात जन्म जगण्याच्या आणाभाका घेतल्या होत्या,
जो पर्यंत आकाशात चंद्र सूर्य असणार होते,
तोपर्यंत आम्ही सोबत असणार होतो,
पण हाय रे दुर्दैवा, आज तिचं तू,
माझ्या डोळ्यादेखत दुसऱ्याची होणार होती,
खरं तर मी आज लग्न घरी फिरकणारच नव्हतो,
पण...
अंतरी अनामिक ओढ जागली
आणि मी धावतच निघालो
कारणं मित्र म्हणाला
वेळ थोडा आहे, वाया घालवू नको
थोड्या वेळात कार्यालय बंद होईल
:
:
:
:
:

अरे यड्या पंगतीत जेवायला
भारी भारी आयटम आहेत

6. एकदा तरी भेट

तुझी माझी शेवटची भेट,
आठवली
आणि सहजच डोळे भरून आले,
तूला दिलेल्या भेटी,
आणि तुझ्या माझ्या भेटी
दोघातली तफावत जाणवली,
आता फक्त एकच ईच्छा आहे,
जमेल का तुला,
फक्त एकदाच मला भेटायला,
नाही म्हणू नकोस,
मी आतापर्यंत केलेल्या प्रेमाची हवं तर परत फेड समज,
फक्त एकदाच भेट,
आणि हा कागद घे,
कागद नाही काळीज आहे माझं असं समज,
शांतपणे वाच,
हवा तेव्हढा वेळ घे,
घाईत निर्णय घेवू नको,
माझा नंबर तर तुझ्याजवळ आहेच,
:
:
मी अगदी तंतोतंत हिशोब लिहिलाय,
तुझ्या वर केलेल्या खर्चाचा,
एक तर हार्ड कॅश दे,
नाहीतर गुगल पे तरी कर

7. आठवण

आज मला ते हॉटेल दिसलं,
आणि तुझ्या लक्ष लक्ष आठवणी
काळजात दाटून आल्या,
त्या दिवशी,
हॉटेल मधल्या फॅमिली रूम मध्ये,
तू आणि मी,
पोटभर जेवलो,
तुझ्या लग्नानंतर तू पहिल्यांदाच
भेटली होती.
मी तसाच,
आयुष्य असंच असतं रे,
तुझं निष्फळ सांत्वन,
पण तू जेव पोटभर,
बिलं मी देणार.
मी खरंच पोटभर जेवलो,
कुणास ठाऊक
पुन्हा कधी तू आयुष्यात भेटणार की नाही.
आईस्क्रीम खाल्यावर
तुला काय वाटले कुणास ठाऊक
तू वेटरला बोलावून,
अर्धा किलो पनीर पार्सल ची ऑर्डर दिली.
अग खरंच नको,
पोट खूप भरलंय आणि मी घरी नेणार नाही,
तू म्हणाली
:

:

:

:

तुझ्या साठी नाही रे,
आमच्या कडे कुत्रं आहे ना एक
ते पनीर शिवाय काहीच खात नाही

8. जालीम उपाय

जेंव्हा समजलं तुझ्या घरी
तुझं माझं गुपित
आपल्या आणाभाका
आपली वचन
आपल्या शपथा
वाटलं होतं त्यांना आपलं प्रेम म्हणजे
पोरखेळ
लफडं
अफेअर
आकर्षण आणि आणखी काय काय
मग काय उसळलं वादळं
आणि खवळला दर्या
या अमर प्रेमात अडथळा बनावा म्हणून
धमक्या काय ,
इमोशनल ब्लॅकमेल काय ,
सगळीकडून दबावच दबाव ..
आम्ही पण होतो
आमच्या निर्णयावर खडका सारखे ठाम
मग शोधला ,
तिच्या बाबांनी एक जालीम उपाय ,
हजार वेळा समजावून सांगितलं
नाहीच ऐकत असं पाहून
शेवटी बोलावल एका भटजीला
आणि दिलं एकदाच लग्न लावून
आणि काढली ना

घोड्यावर बसवून गावभर वरात
आता कळत
दुरून डोंगर किती साजरे दिसतात
कसा विसरू तो क्षण

9. दुःखद आठवण

खिशात असतांना पाच रुपयाचे नाणे
तुझ्या वर इम्प्रेशन मारण्यासाठी
दहाची नोट टीप म्हणून दिली होती .
आज तेच हॉटेल
तोच वेटर
सगळं काही तसंच
पण सोबत मात्र तू नाहीस
आठवण खूप दाटून येते
मनाच्या
हृदयाच्या तळाला
युगानुयुगे गेली तरी
इथं आलं की जखम पुन्हा पुन्हा वाहात राहते
सारखी सारखी
आठवते
:
:
:
:
टीप दिलेली ती दहाची नोट

10. तिची आठवण

घरात बसून बसून
नुसतं खायचं आणि प्यायचं
कसलं झालं जिणं
वाढलं वजन
होईनात कपडे अंगाला ,
करायचं तरी काय
ध्यास तुझा लागला .
घरात
तू आणि मीच
आणि
त्यात न होणारे हे कपडे .
तूझं म्हणणं ,
दे टाकून असेच
असू दे कोण बघतंय .
आणि
मला तुझा प्रचंड राग आला ,
अचानक .
तू म्हणाला
तिला बोलावून घे ना
आपण दोघंच असतांना तुला तिची आठवण यावी
कोणी तरी सहन करेल का हे ,
मला नक्की खात्री आहे
की ती येणार नाही ,
कारण तिलाही संसार आहे ,
जीव आहे ..

पण ,
तू बोलावलंस तर येईलही कदाचित ,
पण हे काय कारण आहे का
की जुन्या कपड्यांवर ती जरा चांगल्या वस्तू देते
म्हणून बोलवायचं तिला

11. शेवटची आठवण

जेव्हा मी तुला कॉलेजच्या आवारात
लग्ना बद्दल विचारलं होतं.
तेंव्हा तू हो देखील म्हणाली नाहीस
आणि नाही देखील म्हणाली नाहीस.
फक्त वडिलांना भेटायला संध्याकाळी घरी याल का
असं हळूच विचारलं.
हातामध्ये गुलाबांची फुल
आणि डोळ्यामध्ये गुलाबी स्वप्न पाहता पाहता,
तुझ्या घराच्या गेटवर,
कुत्र्या पासून सावध राहा
ही पाटी वाचायचीच राहून गेली.
आता बेंबीवर घेतलेली चौदा इंजेकशन आणि ती कुत्र्याने फाडलेली
पॅन्ट हीच तुझी शेवटची आठवण

12. सकाळची सुरवात

मी उठण्या अगोदर
तुझं ते झाडलोट करून
धुणी भांडी करून
मला बेड टी आवडतो म्हणून
आलं बिलं टाकून
मस्त पैकी बनवलेला
गरमा गरम
वाफाळलेला
चहाचा कप हातात घेऊन
माझ्या उठण्याची वाट बघत राहणं
मी उठल्या बरोबर
हसतमुखाने तो कप माझ्या हातात देतांना
अलगद स्पर्श करून
खट्याळपण
माझ्या कडे पाहणं
या सारखी सुंदर सकाळ
कोणाच्या तरी नशिबात असते का
कधी कधी मलाच माझ्या भाग्याचा हेवा वाटतो
तुझं नशिबात असण्यासाठी
समजत नाही मी काय पुण्य केलं होतं ....
:
:
:
:

असं बायको मला बेड टी पितांना म्हणते .

13. आवडती हक्काची जागा

माझी आवडती जागा
म्हणजे तू ड्रायविंग करत असतांना
तुझ्या बाजूची सीट.
तिथं बसलेलं मला कोणीच आवडतं नाही.
तू अशी छान गॉगल लावून
केसं वाऱ्यावर मोकळे सोडून
जेव्हा स्टिअरिंग वर हात ठेवते
आणि गाडी सुरु करते.
तो इंजिन सुरु होण्याचा आवाज
आणि हॉर्नचा परिचित आवाज
कानावर पडला की
मी जिथून असेल तिथून धावत येतो,
मी तुझ्या गालावर माझा गाल घासतो.
तू मला आत घेतेस. गाडी सुरु करते.
              :
              :
              :
              :

मी उघड्या काचेतून दोन्ही पाय बाहेर काढून
आनंदाने शेपूट हलवीत
बाहेरची गंमत बघत प्रवास करत बसतो.

14. शेवटची आशा

पंधरा दिवसांपासून
जेव्हा सासूबाईंची टेस्ट पॉझिटिव्ह आली. तेंव्हापासून
बिचाऱ्यांना हॉस्पिटल मध्ये भरती करावं लागलं.
आणि पायाखालची
जमीनच हादरली.
कसं ना असतं एखाद्याच नशीब,
आयुष्यभर नुसते कष्ट आणि कष्टच लिहिलेले असतात.
तरी बरं मी त्यांना,
सकाळची झाडलोट,
धुणी, भांडी,
नाश्ता,
दुपारचं जेवण,
या व्यतिरिक्त इकडची काडी
तिकडं करु देतं नाही.
आता कुठं सुखाचे दिवस आले होते
(त्यांना नाही मला)
तर असं झालं.
त्यात आपलं मन मेलं मोठ्ठं वाईट.
मन चिंती ते वैरी न चिंती !
सकाळी सकाळी,
गाणं लागलं होतं
नको देवराया अंत आता पाहू.
मी तशी नास्तिकच,
पण शेवटी देवा पुढे हात जोडले,
म्हटलं आता पर्यंत तुझ्या कडे

कधी काही मागितलं नाही.
आज पदर पसरते,
तूच माझा आशेचा किरण आहे.
त्यांचे जास्त हाल नको करु.
मला नाही सहन होतं.
एकतर बरं तरी कर त्यांना
नाहीतर
सोडव तरी त्यांना या यातनांतून
:
:
:
:

आणि आलाच बघा फोन हॉस्पिटल मधून
सासूबाईंचे रिपोर्ट नॉर्मल आले म्हणून घरी आणताहेत म्हणून.
(सासुंवर जीवापाड प्रेम करणाऱ्या सुनांना समर्पित)

15. जादू

आली जर का जादू मला
बनवेल लाटणे प्लास्टिकचे
पाटा वरवंटा लाटणे काठी
रबराचे आणि थर्माकोलचे
हातात न घेता झोपेतल्या झोपेत
होईल ऑपरेट असा
मोबाईल बनवेल रातोरात
ज्याचा पासवर्ड बदलेल आपोआप
बघता क्षणी नष्ट होतील
मेसेज सारे संशयास्पद
झुरळ आणि पालींची
मिळवेल सगळी ताकद
रागाने बोलता पडतील फुले
सकाळी बनेल चहा आपोआप
उठण्या आधी कप येईल हातात
होतील काळे केस रातोरात
[05/03, 10:11 AM] +91 83299 22027: 17. तुझ्या वाटेवर
तुझ्या पल्याडच्या वाटेवरती
सप्तरंगी इंद्रधनुशी
स्वप्न उगवलेली पाहिली मी
जिथून तू जातांना दिसायची
तिथे पेरली मी
स्वप्न किती आशांची
तुझे असणे
माझे असणे

किती प्रकारे
गावे गाणे
रोज मी पाहत होतो
गीत माझे उमलणारे,
तुझ्या वाटेवर तूला चालतांना
तुझ्या वाटेवर तुला न्याहाळतांना
कळले नाही कधी आयुष्याची
व्यथा जळतांना,
कधी आला ओलांडून
तुझा भाऊ माझ्या वाटेला
माझ्या वाटेवर उभा राहून
माझी वाट अडवून
माझीच वाट लावून गेला,
दुःख त्याचेही नाही
:
:
:
:
चष्मा रिपेरिंगला दोनशे रुपयाचा भुर्दंड पडला

16. छत्री आणि वारा

सोसाट्याचा वारा आला
छत्रीला उलथवुनि गेला
आम्ही दोघे पार भिजलो
हातामध्ये दांडा राहिला
त्याच वेळी कुणी दुष्टाने
आम्हा दोघांचा फोटो काढला
सौ च्या व्हाट्सअपला शेअर ही केला
नरकामध्येही न मिळो जागा ऐशा दुष्टाला
घामाने मी पुरता भिजलो
खाली मान घालून बसलो
काय होईल पुढे आता
विचार ऐसा करत बसलो
जास्त विचार नका करत जावू
हातात मोबाईल घेऊन रात्रभर जागत बसता,
अशाने होईल तब्येतीचे वाटोळे,
बायको बोलली घाम पुसता पुसता
बघा स्वप्नातही वादळ आले
स्वप्न सारे उधळवून गेले
वैतागून उठून मी चहासाठी
शेगडीवर भांडे ठेवले

17. तुझ्या वाटेवर

तुझ्या पल्याडच्या वाटेवरती
सप्तरंगी इंद्रधनुशी
स्वप्न उगवलेली पाहिली मी
जिथून तू जातांना दिसायची
तिथे पेरली मी
स्वप्न किती आशांची
तुझे असणे
माझे असणे
किती प्रकारे
गावे गाणे
रोज मी पाहत होतो
गीत माझे उमलणारे,
तुझ्या वाटेवर तुला चालतांना
तुझ्या वाटेवर तुला न्याहाळतांना
कळले नाही कधी आयुष्याची
व्यथा जळतांना,
कधी आला ओलांडून
तुझा भाऊ माझ्या वाटेला
माझ्या वाटेवर उभा राहून
माझी वाट अडवून
माझीच वाट लावून गेला,
दुःख त्याचेही नाही
:
:
:
चष्मा रिपेरिंगला दोनशे रुपयाचा भुर्दंड पडला

18. पहिल्या प्रेमाची कबुली

दुसऱ्या प्रेमात (म्हणजे लग्न झाल्यावर)
बायकोला
पाहिल्या प्रेमाची गोष्ट,
सांगायचा विचार केला,
आणि आठवलं की हे सांगायच्या आधी,
म्हटलं जे होईल ते होवो,
हाडाच्या डॉक्टरांची अपॉइंटमेंट आधी घेवू
आणि मग सांगू या,
म्हणून डायरेक्ट बायकोलाच उठवून सांगितलं माझं कॉलेज मधलं
पाहिलं प्रेम,
पुरावा म्हणून फोटो पण दाखवला,
आणि पुढील परिणामाला डोळे मिटून तयार झालो,
त्या वर ती खदाखदा हसतं म्हणाली,
हे सगळं मी खरं मानलंही असतं हो,
पण काहीही म्हणा तुमची आयडिया भारी आहे.
:
:
:
:
पण सांगायच्या आधी तुम्ही एकदा स्वतःच तोंड आरशात तर
बघायचं असतं.

19. भरती ओहोट

भरती होती आनंदाची
जेंव्हा तू जीवनात आली होती
बघता बघता प्रत्येक क्षणाची
दिवाळीच झाली होती
गाणे उमटायचे नेहमी हेच मनी
उठा उठा दिवाळी आली
मोती स्नानाची वेळ झाली
आता खरंच सांगतो
निव्वळ तुझ्यासाठी
फक्त तुझ्याच साठी
उटणे लावायचो
अंघोळ करायचो
कपडे घालायचो
फटाके फोडायचो
फक्त तुझ्याच साठी
कारण तू सामोरं असायची
आकाश कंदिलासारखी
स्वप्नातल्या आकाशात
चांदण्यांसारखी चमकत
राहतांना दिसायची
मग आलेली असायची
आनंदाला भरती
कुणास ठाऊक कशी अचानक
अवदसा मला सुचली कुठून
दिली तुझी ओळख मित्राला करून

विझला कंदील, विझले तारे
नशीब काय माझे विश्वच फिरले
गाळले, टाळले आणि वगळले तू मला
मित्राचे मात्र नशीबच उघडले
सुखाला लागली ओहटी माझ्या
पत्रिकेत त्याच्या तुझे नाव निघाले

20. चुकलेली वाट

आयुष्याचा चुकलेला रस्ता
तुझ्याच घरावरून का जावा
तूझ्या घरावरून जातांना नेमका
दम्या सारखा खोकला का यावा
खेळ नशिबाचा कळत नाही
जशी हरवते नाडी पायजम्याची
आत असूनही सापडत नाही
वाट ओळखीची दिसतच नाही
तूझ्या लग्नाच्या वरातीत तुझ्या भावाने
मला नाचण्याचा आग्रह का धरावा
पंगतीत मठ्ठा वाढतांना तुझ्या मामाने
माझ्यावर उगाच रुबाब का दाखवावा

21. न संपणारी रात्रं

उलटा झालो ,
पालथा झालो ,
काही केल्या झोप येईना ,
पांघरूण घेतले अंगावरती ,
डोकं ही घेतलं झाकून
तू मात्र जागीच ,
जमेल तिथं मला स्पर्श करण्याची
तुझी आकांताची धडपड
आणि तुला कंटाळलेला मी
नको नको वाटत
तुझं सोबत असणं
तुझ्या सोबत रात्रं घालवणं
आणि ते रात्रभर जागण देखील .
खरंच मी तुझा मनापासून द्वेष करतो .
जाणवत नाही का तुला हे कधी .
नाही नाही नाही .
आपण एकत्र झोपूच शकणार नाही आयुष्यात कधी .
आता एकतर तू तरी राहशील
नाहीतर मी तरी ..
:
:
:

असं पुटपुटत मी हिट फवारतो

22. आनंदाचा क्षण

किती किती स्वप्न आपण पाहिली होती.

पुढच्या आयुष्याची.

किती शपथा घेतल्या होत्या,

एकमेकांचे अश्रू पुसत,

जीवनाचा प्रत्येक क्षण आनंदात घालवायच्या.

पण नशीब कसं ना फिरलं.

तुझं लग्न दुसऱ्याशी ठरलं.

नशीब फिरलं पण मी नाही हरलो.

तुझ्या आयुष्यातला तो प्रत्येक क्षण

अजरामर व्हावा

म्हणून मी तुझ्या लग्नात

प्रत्येक क्षणाचे तुझे फोटो काढले.

कधी हसरा,

कधी लाजरा,

कधी सप्तपदी करतांनाचा,

डोळ्या समोरं उभे राहतात ते सगळे हळवे क्षण

आणि येते डोळ्यामध्ये पाणी

तुझा अल्बम काढला बाहेर की

कारण......

आठवतात तुझ्या वडिलांचे ते शब्द

:

:

:

:

घरच्या फोटोग्राफरला काय पैसे द्यायचे

23. पाहिली नजरा नजर

मी खूप टाळत होतो,
तुझ्या पासून दूर जाण्या साठी,
कारण मला माहित होतं
की जर का तूझी नजर
पडलीच जर का माझ्या वर
तर तू मला लगेच ओळखशील,
तुझ्या लगेच लक्षात येईल
मी एकट्याने केलेला.
आता पर्यंत तुझ्या विना केलेला,
माझा जीवन प्रवास
आणि आता अचानक डोळ्यसमोर तू उभा
माझं भविष्य बनून.
पण नाही मला दाखवायची तुला ओळख
नाही, पुन्हा जाग करायचं ते एकटे पण,
जगायचंय मला
एकट्यानेच तुला टाळून
पण हाय,

:

:

:

:

तू असा काळा कोट घालून गेट वरच उभा आहेस
तिकीट विचारत प्रत्येकाला
आणि तुझ्या हातात पावती पुस्तकं
माझ्या जवळ मात्र तिकीट नाही

24. तू येशील ना परत

अजूनही आठवते तुझं ते
त्या दिवसाचं मोहक रूप,
तू मला बँकेत दिसली होती
अजून आठवतात तुझे
लांबसडक कमरेपर्यंत रुळणारे
तुझे काळे काळे केसं
गुलाबी साडी आणि
गालावरची मोहक खळी
सगळा सौन्दर्यांचा दौलत हास्यात
उधळत माझ्या जवळ आलीस
आणि मला पेन मागितलास
केव्हढा माझा सन्मान केलास तू,
नंतर काय झालं कुणास ठाऊक
कधी, कुठे, कशी तू
नाहीशी झालीस
आज किती वर्ष झाली
मी मोजणच सोडून दिलंय
रोज उठून तू येशील म्हणून
बँकेच्या पायऱ्यांवर
काळजाच कातडं अंथरून बसतो
फक्त मला एकदाच सांग
:
:
माझा पेन द्यायला तरी तू येशील ना परत

25. बालपणापासूनची मैत्री

बालपणी चे तुझे नाते,
मला तसेच ठेवायचे होते,
मस्त तुझ्याशी बोबडे बोलत
तोल सावरत चालणं,
माझ्या प्रत्येक गोष्टीला तू
अनुमोदन देण
कशा कशाचीच आपल्याला पर्वा नसायची,
सगळ्या आसमंतात तुझ्या माझ्या मैत्रीचा सुगंध पसरलेला असायचा
धुंद वातावरण
आणि त्यात तुझी बेपरवाई
तुझी आठवण आली की
सगळं सोडून धावत यायचं,
आणि सगळ्या जगाला विसरून
आकाशाच्या छताखाली
कोणाचीच पर्वा न करता
तासन तास पडून राहायचं
कसले सुंदर दिवस चालले होते
पण एकदिवस मी रस्ता विसरून माझ्या घरी उशिरा पोहोचलो
आणि माझी बायको म्हणाली
:
:
:
:

मूड्दया, आज पण पिऊन आलास होय

26. . विश्वासघात

किती दिवस,
किती तास,
किती मिनिटं,
किती सेकंद
मी तुझ्या प्रेमासाठी याचना केली होती.
आठवत का तुला,
मला तर गालिब चा तो शेर आठवतो
चार दिनकी जिंदगी
दो दिन इंतजार मे कट गये
दो दिन आरजू मे,
अखेर तुला दया आली,
तू मला फोन नं दिला,
मी त्यावर प्रेमाचा संदेश दिला
आणि संध्याकाळी गार्डन मध्ये भेटायला बोलावलं
तुझा ओके मेसेज आला आणि मला स्वर्ग दोन बोटं राहिला.
मित्राचा फास्ट्रॅक गॉगल घालून गेलो भेटायला.
:
:
:
:
:
:
:
:
:
तिथं गेल्यावर मी पूर्ण हताश झालो.

तू तुझ्या भावाचा नंबर दिला होता.
आता मित्राला त्याचा गॉगल कुठून आणून देवू
मॉरल ऑफ द स्टोरी : मैत्रिणीला भेटायला जातांना स्वतःचाच गॉगल
घालून जातं जावं. फुटल्यास भरून द्यावा लागतं नाही.

27. धावपळीच जीवन आणि दुर्लक्ष

एक काळ असा होता,
की माझ्या वेदना,
माझी आशा,
माझी भूक,
माझी तहान तूला माझ्या आवाजावरून समजत असे.
आणि तू देखील
माझ्या साठी
घासतला घास काढून ठेवतं असे.
पण बघ ना आजकाल
किती धावपळीच जीवन झालंय.
तूलाही वेळ मिळतं नाही.
मलाही वेळ मिळतं नाही.
मग मी तुला माझा फोन नंबर देवून ठेवला,
पण हाय,
किती दिवस आले आणि गेले
तुझा एकही फोन अजूनही
आला नाही...
की अरे आज येवून जा ना
:
:
:
:
रात्रीचं अन्न खूप उरलंय

28. अबला नव्हे बरं

जो पर्यंत संसारात
ताट वाट्या आणि इतर
घरातली भांडी,
धुणे वाळत घालायची काठी,
पोळपाट लाटणं,
कपडे वाळत घालायची दोरी,
खलबत्ता मुसळी,
पायात घालायच्या चपला,
पाटा वरवंटा
उखळ आणि मुसळ,
या गोष्टी लागतात

:

:

:

:

तो पर्यंत स्त्रियांना अबला समजण्याची चूक
चुकूनही करू नका.
नंतर बोलू नका अगोदर का सांगितलं नाही म्हणून

29. चांदण्यात गप्पा करतांना

चांदण्यात फिरतांना,
तुझा हात हातात असतांना,
भविष्यातली सगळी स्वप्न
ऐकता ऐकता,
चांदण्यांच्या कविता झाल्या होत्या,
आणि त्या स्वप्नांना ऐकण्या साठी,
एक एक करून सगळ्या
आकाशभर चांदण्याचं चांदण्या फुलल्या होत्या,
सगळा निसर्ग रुपेरी झाला होता,
चांदण्या संपल्या,
पण आपल्या गप्पा संपल्या नव्हत्या,
हळू हळू एक एक चांदणी विझायला लागली,
क्षितिजावर पहाटेचा प्रकाश
पसरू लागला,
किती वेडे होतो ना आपण,
लखख पहाटेच्या प्रकाशात,
लक्षात आलं
:
:
:
:
मैत्रीण समजून मी दुसऱ्याचं मुलीशी रात्रभर बोलत होतो.

30. परीक्षा आणि प्रश्न

आयुष्याची परीक्षा,
पहिल्याच झटक्यात
पास झालो तरी,
कुठं गेला होतात,
इतका वेळ काय करत होता,
घरी यायला एव्हढा उशीर का झाला,
सोबत कोण होतं,
जेवत का नाहीत,
सारखे गॅलरीत काय उभे राहता,
गॅलरीतून सारखं काय पहात असता,
रस्त्याने चालतांना सारखं वळून वळून का बघता,
अशा प्रश्नांची उत्तर नेहमी का द्यावी लागतात.
:
:
:
:
आणि दिली तरी चांगल्या वर्तणुकीचा दाखला शेवट पर्यंत का मिळतं
नाही
समजत नाही.

31. प्रयत्ने वाळूचे कण...

आई नेहमी म्हणायची
कसं होणार तुझं,लग्नानंतर
तुला तर काहीच येत नाही
चाटायचं की काय शिक्षण मेलं ते
आणि अगदी खरं होतं ते
मला ना स्वयंपाक येत होता
ना धुणी भांडी,
सगळ्यांनाचं चिंता,
कसं होणार माझं म्हणून.
पण सगळं झाकून ठेवून
लावून दिलं लग्न.
आता आली ना पंचाईत
पण काही नाही, मी पण माघार नाही घेतली,
सगळं हळू हळू शिकून घेतलं.
आता समजून गेलं की
कठीण असं काहीच नसतं
ईच्छा असली की सगळं होतं
:
:

(वळण लागलेल्या नवऱ्याची गोष्ट)

32. अनामिक काहूर

दूरवरून अचानक
तू समोरून येतांना दिसलीस,
आणि डोळ्यासमोर सगळा सगळा भूतकाळ,
जसाचा तसा उभा राहिला,
मीही तोच होतो, तीही तूच होती
एकेकाळी दूरवर पसरलेल्या क्षितिजा पर्यंत
तुझी आणि माझी स्वप्न विखूरलेली होती,
श्वासांना गंध होता शपथाचा,
सात जन्म साथ देण्याच्या
तुझ्या विना जगणं मला शक्य नव्हतं,
माझ्या शिवाय जगण्याची तर तू कल्पनाच करू शकत नव्हती
जसं जसं आपल्यातलं अंतर कमी होऊ लागलं,
काळजातल्या ठोक्यांनी हृदय फुटत की काय असं वाटायला लागलं,
मनामध्ये विचारांचं काहूर उठलं,
एक अनामिक कळ दाटून आली,
:
:
:
:

क्षणभर वाटलं
तू आपली आधीची भानगड
माझ्या नवीन मैत्रिणीला सांगते की काय !!!

33. अंधःकार मय जीवन

तू निघून गेली होती,
तेंव्हा सगळ्या दशदिशात
असाच काळोख दाटून आला होता,
कुठे आशा नव्हती,
एका किरणाची,
कसं आयुष्य काढणार होतो,
नुसत्या प्रकाशाच्या स्वप्नाने तर उजेड पाडणार नव्हता,
आज पुन्हा तोच काळोख,
तिचं निराशा दाटून आली,
कारण नसतांना नाना पाटेकरचा तो, साला एक मच्छर आदमी को...
डायलॉग आठवून गेला.
सारी रात्रं तळमळून काढली
आता मात्र
पर्याय नव्हता ,
:
:
:
:
इलेक्ट्रिक बिलं भरण्यावाचून

34. समाजमान्य अंधश्रद्धा

तुझ्या वर प्रेम केलं,
इतकं की स्वतःच काही अस्तित्वच ठेवलं नाही मी माझं
जळी स्थळी काष्टी पाषाणी
सगळी कडे तुझेच भास,
तुझ्या शिवाय जगण्याची
तुझ्या असण्याची,
कल्पना स्वप्नातही सहन होई ना.
एक एक क्षण सुखाने
भरून टाकणारी तू,
कसं जगायचं तुझ्या विना,
शेवटी सगळ्या समाजाला
दूर सारून निडर पणे घेतला निर्णय
तुझ्या समवेत राहण्याचा
तेही राजरोस पणे लग्न करून.
आणि आज समजतंय
लग्न करून माणूस सुखी होतो.
:
:
:
:

ही समाज मान्य अंधश्रद्धाच आहे

35. हवासा एकांत

तसा मी माणसात,
रमणारा,
माझ्या संसारात
सुखी असणारा,
ना कोणाच्या अध्यात
ना कोणाच्या मध्यात
सगळं काही भरभरून
मिळालंय संसारात
पण तरीही ओढ
लागते एकांताची
असं वाटतं
कुणी कुणी नसावं
जगात,
कोणीच बोलू नये
कोणीच ऐकू नये
असावा फक्त एकांत
:
:
:
:
जेंव्हा तुझा फोन येतो

36. ही आणि घड्याळ

त्या दिवशी संध्याकाळी,
ऑफिस सुटल्यावर
तुझ्याशी निवांत पणे
गप्पा मारत बसलो
असतांना
अचानक लक्ष गेलं
घड्याळाकडे,
सगळं टाकून उठलो
आणि निघालो घराकडे
थँक गॉड
हिच्या ऑफिस सुटायची वेळ झाली होती.
आज घड्याळ नसते तर
ही गोष्ट लक्षातच आली नसती.
:
:
:
:

वेळ सांगून येतं नसते म्हणून वेळेचे भान ठेवा

37. प्रवाह आणि विरुद्ध मी

खूप अवहेलना,
तिरस्कार,
अपमान,
कुचेष्टा,
आणि स्वतः विषयी घृणा,
निर्माण होते मला,
समजतं नाही
का म्हणून मी स्वीकारले होते
मी नेहेमीच जगणे
प्रवाहाविरुद्धचे,
कसली अपेक्षा नव्हती,
की काही घेणे होते,
स्वभावच माझा तसा आहे
त्याला मी तरी काय करू
अजूनही कळतं नाही
:
:
:
:

तुझ्या लग्न झालेल्या मैत्रिणी सोबत मी नुसता निरागस पणे गप्पा
मारत बसलो ,
त्यात एव्हढं आकाडतांडव करण्या सारखं काय होतं

38. असामान्य वाटेवर चालतांना

जीवनाच्या या,
अगदी नव्या,
असामान्य वाटेवर चालत असतांना,
मला हे कबूल करतांना
अजिबात कमीपणा वाटत नाही की,
हे सगळं सहज साध्य झालं,
फक्त आणि फक्त तुझ्या
साथी मुळे,
तू होतीस सोबतीला,
म्हणूनच आयुष्यात या आधी
कधीच न केलेली,
:
:
:
:
धुणी, भांडी, चहा पाणी, रांधा वाढा,
अशी असामान्य कामं मी कशी केली असती

39. परकेपणा

दोन दिवसा पासून बायकोचा अबोला,
तिची बहीण आणि ती,
मुंबई दर्शनाला आलीय,
नेमकं माझ्याच बस मध्ये चढल्या,
अजून बायकोचा राग गेला नाहीये,
इतकं जवळचं नातं असून
मी तिला तिकीट फाडायला लावलं,
:
:
:
:
घरचा ओळखीचा कंडक्टर असून काय फायदा

40. अहंकाराचा नाश कसा करावा

मी कोणीतरी आहे
हा अहंकार,
म्हणजे मनाची
मलिनता आहे.
ही मालिनता
दूर करणं
म्हणजे
अहंकाराचा
नाश
करणं होय.
मग ती मलिनता
मनाची असो वा
अंतःकरणाची असो
किंवा,
कपड्यांची असो वा
भांड्यांची असो वा
घराची अंगणाची असो
अंगाला राख फासण्या पेक्षा
:
:
:
:

भांड्यांना राख फासा
लवकर अहंकाराचा नाश होईल

41. युगायुगाची अंधश्रद्धा

रोज सकाळी,
ब्रह्म मुहूर्तावर
सगळ्यांच्या आधी उठून,
निर्विचार अवस्थेत,
कोणताही राग अथवा उद्वेग,
विकार मनात
न आणता,
न चुकता
अगदी नित्य नियमाने,
:
:
:
:

अगदी मरेपर्यंत जरी तुम्ही चहा ठेवला, भांडी घासली
तर बायको प्रसन्न होईल
ही अंधश्रद्धा आहे

42. त्यांचा भास

अंधाऱ्या रात्री
गच्ची मध्ये,
तुझ्या सोबत
निवांत गप्पा
मारत असतांना,
दूरवर चांदण्या पसरलेल्या होत्या.
आणि चंद्रप्रकाश झिरपत होता
तुझ्या कुरळ्या केसांमधून,
सगळ्या जाणिवा हरपल्या होत्या,
तू वेगळ्याच जगातली स्वप्न सुंदरी वाटतं होती,
दूर दूर क्षितिजा पर्यंत,
नजर जाईल तिथपर्यंत,
आपली स्वप्न पसरलेली होती.
पण हाय,
:
:
:
:

कुठून कसा तुझ्या वडिलांचा
दणकट हात माझ्या चष्म्यावर पडला,
आणि चष्मा दूर खाली रस्त्यावर जावून पडला.
चष्म्याच्या काचेसारखी सगळी स्वप्न विखरून गेली.
आज तू नाही,
दुसरीच आहे सोबत,
पण सारखे भास होतात,

की कुठून तरी अंधारातून,
जाडजूड दणकट हात
परत येईल की काय

43. ती येतच असेल

त्या दिवशी,
घरी कोणीच नव्हतं,
फक्त तू आणि मी,
दोघचं,
म्हणून आपण गप्पा मारत बसलो होतो.
कितीतरी दिवसांनी निवांत पणे,
कितीतरी हरवलेले क्षण
आपण आठवत होतो,
कसा बरं काळ सरकत गेला,
आणि आज तू माझ्या सामोरं,
एक सत्य बनून,
खूप भूक लागली आहे रे,
काय बनवू
काहीही बनव आता सहन नाही होतं,
थांब ना थोडावेळ,
हे तुझं नेहमीचच,
खरंच थांब,
तुझा माझ्यावर विश्वास नाही का.
असं का बोलतोस, विश्वास नसता तर मी अशी निवांत बसली असती
का तुझ्या सोबत,
मग थांब ती येतच असेल,
आणि तेव्हढ्यात दरवाजाची बेल वाजली.
मी दार उघडलं.
:
:

:

:

हा तुमचा आणि बाईसाहेबांचा नेहमी प्रमाणे डब्बा
थोडा उशीर झाला.
डब्बेवाली म्हणाली
मी आणि बायको जेवायला बसलो.
(बुरी नजर वाले....)

44. लग्न आणि हरवलेली माणुसकी

एक लग्न,
मला जेवणाचं आमंत्रण असलेलं,
अचानक नवरदेवाला कोरोना
झाल्या मुळे रद्द झालं.
सगळे हळहळतात,
वाईट झालं म्हणून,
पण कोणीच विचार केला नाही,
करत नाही,
करणार ही नाहीत,
:
:
:
:

लग्न रद्द झाल्याने माझं जेवण बुडालं त्याचं काय,
जावू द्या
माणुसकीच हरवली दुसरं काय

45. पुन्हा नव्याने

शक्य नाही आता,
तुझ्या सोबत राहणं
आणि तुझ्या विनाही जगणं,
इतकी सवय झालीय तुझी
पण नाही सहन होतं तुझं हे वागणं, आता
या गोष्टीचा
कधी ना कधी
सोक्ष मोक्ष लागायलाच हवा,
आता एकतर तू नाही तर मी,
रात्रं रात्रं तळमळून घालवल्यावर
आज मी निर्णय घेतलाय,
ऑफिसला जाण्यापूर्वी
:
:
:
:

परातीत पीठ मळून,
नेहमी प्रमाणे पीठ मळण्याचा
आणि संसाराला नव्याने सुरुवात करण्याचा

46. माझं लग्न झालेलं आहे.

हे समजल्यावर तुझे अखेरचे शब्द होते,
(काळजावर कोरून ठेवलेत मी कायमचे)
किती प्रेम,
किती वचनं,
किती स्वप्नं,
किती शपथा,
विसरलीस तू,
किती छोट्या गोष्टीचा बावू केलास तू,
लग्न !!!
माझं लग्न झालेलं आहे.
हे समजल्यावर तुझे अखेरचे शब्द होते,
(काळजावर कोरून ठेवलेत मी कायमचे
खरंच किती क्षुल्लक गोष्ट होती,
पण तू त्यावरून आकाश पाताळ एक केलंस,
नाही नाही ते बोललीस,
नाही नाही ते ऐकवलंस,
:
:
:
:

इथं भेटलात ते भेटलात

४७. शापित वळण

गावाच्या बाहेर,
अंधाऱ्या रात्री,
कोणीही जिथं येण्याची शक्यता नव्हती,
अशा दूरवर असणाऱ्या,
शेताच्या एका बांधावर,
आडोशाला,
कोणाच्याही नजरेस पाडणार नाही,
अशा वळणावर,
जरा निवांत एकटाच,
मी जावून बसलो असतांना,
कोणी दुष्टाने
:
:
:
:

माझा तांब्याभर पाण्याचा लोटा,
दगडं मारून उलटावून टाकला
(लोकांनी नंतर सांगितले की ती जागाच शापित आहे.)

48. ती आली आहे सूड घ्यायला

तिला बघितलं आणि,
बघताच क्षणी काळीज गहाण पडलं,
ऐकलंच नाही मनाने मनाच,
आणि फितूर क्षणी,
मी हसलो,
ती पण हसली,
आजकाल एक बरं आहे,
दिला एक मेसेज पाठवून तिला,
आणि तिचाही आला लगेच
पॉझिटिव्ह रिप्लाय,
सगळं आयुष्य सुंदर होवून गेलं,
दोनच दिवस झाले,
अचानक एकदिवस ,
हिच्या पेक्षाही सुंदर असलेली
हिची मैत्रीण माझ्या कडे बघून हसली,
मी तिलाही आपलं समजून,
मनात काहीही नसतांना निरागस पणे मेसेज केला
:
:
:
:

आता अगोदर मैत्रीण येतेय सूड घ्यायला,
देवा या मुलींना समजूतदार पणा का नसतो

49. व्हॅलेंटाईंची रात्रं

डोळ्यावरती होती झोप,
व्हॅलेंटाईनच्या रात्री,
विल यू बी माय व्हॅलेंटाईन,
केला मेसेज जागून जागून टाईप,
पण....
उषक्काल होता होता,
काळ रात्रं आली,
न कळत ती ओळ,
तुझ्या मैत्रिणीलाच चुकून सेंड झाली,
दुःख नाही मेसेज पाठवल्याचे,
दुःख झाले तू मला चुकीचं समजल्याचे
:
:
:
:

आणि तुझ्या मैत्रीणीनेही मला
चुकीचं समजल्याचे,

50. फसलेली प्रेम कथा

आजही आठवतात,
ते जुने दिवस,
त्या रम्य संध्याकाळी,
त्या कॉलेज बुडवून,
घेतलेल्या,
शपथाच शपथा,
तू म्हणजे चंद्र, सूर्य तारे,
वगैरे वगैरे,
किती दिवस, किती रात्री,
तळमळत घालवलेल्या,
पण हाय रे दुर्दैवा,
कसा बरं काळाने घाव घातला,
कसं बरं कळलं नाही तुझ्या वडिलांना,
की मला तुझ्या प्रेमात फक्त बुडून राहायचं होतं,
मला दुसरं काहीच नको होतं
पण तुझ्या वडिलांनी....
ऐकलंच नाही काही

:

:

दिलं लग्न लावून
आपलं दोघांच
आणि कळला अर्थ त्या म्हणीचा
दिसतं तसं नसतं आणि
दुरून डोंगर साजरे

51. तुझ्या सोबतचा प्रवास

तुझ्या सोबत केलेला तो,
पहिला आणि शेवटचा,
प्रवास, आठवतो का ग तुला.
मी सायकल वर तुला,
उडीमारून बस
म्हणालो,
माहिती नव्हतं मला तेंव्हा
तुझं नाजूक पण.
तू धाडकन
उडी मारून बसलीस,
सायकलच्या कॅरिअर वर,
आणि गेलं ना..
पुढचं चाकं अंतराळात,
फिरतं राहिलं अधांतरी
आणि पुढं असलेल्या खड्ड्यात,
जेंव्हा दोघंही पडलो होतो जावून
तेंव्हा सगळंच संपलं होतं,
ढोपरं फुटलेली तू,
माझा तर चष्मा फुटल्याने,
प्रेमासकट दिसेनाशी झालेली तू,
आठवतंय फक्त सायकलच ते
गरगरणार चाकं

52. अत्यर्क्य गूढ

फुलं पाहून,
चंद्र पाहून,
तारे पाहून,
पाऊस पाहून,
चांदण्या पाहून,
ढग पाहून,
निळेशार पाणी पाहून,
सागर पाहून,
नदी पाहून,
सुंदर झाडं पाहून,
सुंदर चित्रं पाहून,
सुंदर गाणे पाहून,
झरझरणाऱ्या पावसाच्या धारा पाहून,
तर कधी गुलाबाच्या पाकळीवर थरथरणारे
दवबिंदू पाहून,
तुझी आठवण
:
:
:
:
यायच्या ऐवजी,
तुटलेले दात
आणि फुटलेला चष्मा पाहून,
तुझ्या वडिलांचीच
आठवण का येते

हे गूढ अजून काही
समजतं नाही

53. तहान आणि वाशरूम

हॉटेलच्या फॅमिली
रूम मध्ये
आपण दोघेच
फक्त तू आणि मी,
मी तुझ्या डोळ्यात बघतोय,
तू माझ्या डोळ्यात बघतेय,
तुझा टेलीपॅथी वर विश्वास आहे का ग,
किती तरी गोष्टी,
मनातल्या माझ्या,
तुला न सांगताच कळतात,
मी ओठांवरून सहज जीभ फिरवली,
आणि थोडस घोगऱ्या आवाजात म्हणालो,
मला तहान लागलीय,
:
:
:
:

तुझ्या प्रेमाची,
पण हे वाक्य ऐकायच्या आधीच
पुढच्याच क्षणी तू दोन बिसलरीची ऑर्डर दिली,
आणि पुढंच काहीही ऐकून घ्यायच्या आधी
मला त्या बाटल्या ढसाढसा
प्यायला लावल्या
....
आता वॉशरूम शोधतोय

54. काळोखी रात्रं

आजच्या सोन्या सारख्या दिवशी
उगाच जुन्या गोष्टी,
उगळण्यात काय अर्थ आहे,
किती वेळा,
हजारदा शपथ घेऊन सांगतो,
की त्या दिवशी,
सेकण्ड शीप करून आलो तेंव्हा
अगदी डोळ्यात बोटं घातलं
तरी दिसणार नाही अशी
अमावसेची गर्द काळोखी रात्रं होती,
मला खरच समजलंच नाही,
की मी दुसऱ्याच्या घराची बेल वाजवून,
चहा पिऊन आलो म्हणून...
:
:
:
:
अंधार किती होता,
पण तुला ते अजूनही पटत नाही

55. काळोख आणि तू

खरं म्हणजे मला तुझा,
इतका तिरस्कार वाटतो म्हणून सांगू,
तुझं ते निर्लज्ज पणे,
कुठंतरी दडून राहणं
आणि मी दिसली की अलगद शीळ घालणं,
तुझ्या विचारांनी तर आजकाल
रात्रं रात्रं झोप येत नाही,
काल तर अंधारात तू,
कहरच केलास,
मी सांगणार नव्हती कोणालाच,
पण गालावरच्या खुणा पाहून,
मला माझ्या नवऱ्याला
खरं ते सांगावच लागलं,
मला माहीत होतं की तो आता चवताळणारच,
आणि झालंही अगदी तसंच,
तो भडकला, डोक्याचे केसं उपटत म्हणाला,
:
:
:
:

थांब आज ब्लॉक हिट
नाहीतर मच्छर मारायची बॅटच घेऊन येतो

56. शाळेतले दिवस आणि तुझे हसणे

आज अचानक शाळेत गेलो
शाळेचे मंतरलेले दिवस आठवले ,
किती सुंदर दिवस होते ते,
सगळी मुलं अभ्यास करायची ,
तू देखील मन लावून अभ्यास करत असायची,
अजून सगळं सगळं
जसच्या तसं आठवत मला
तू वहीत लिहीत असतांना,
पुस्तकं वाचत असतांना,
डोळ्यावर येणारी ती केसांची बट,
तुझं ते पुन्हा पुन्हा मागे सरकावण,
तुझी नेलपॉलिश लावलेली निमूळती लांबसडक बोटं,
आणि मध्येच तुझं ते माझ्या कडे,
मधूनच हळूच हसून बघणं,
नको नकोस वाटायचं
:
:
कारण मी सगळे दिवस वर्गा बाहेर,
अंगठे धरून उभा असायचो,
आणि दोन पायांमधून वर्गात पाहात राहायचो

५७. आवडतं पुस्तकं

ते पुस्तकं मलाच आठवत नाही,
तर प्रसिद्ध कसं असणार,
पण तरीही माझं सगळ्यात आवडतं पुस्तकं कोणतं
असं विचारलं तर मी त्याचंच नाव घेईल,
कारणं त्या पुस्तकाच्या पानात,
तू एक चिट्ठी पाठवलेली होती,
त्या अक्षरांच्या वळणावळणातून,
तुझे स्पर्श जाणवत होते,
स्पंदन जाणवत होती,
जरी तू लिहिलं होतं
:

:

खबरदार जर माझ्या नादी लागलास, तर
पोलिसांच्या ताब्यात देईल,
पण म्हणून काय झालं,
ते अक्षरं तुझं होतं, तुझं
ही गोष्ट काय छोटी होती

58. पहिली नोकरी आणि तू

आठवत का ग तुला,
आपण दोघं एकदा,
हॉटेल मध्ये,
फॅमिली रूम मध्ये,
जेवायला गेलो होतो,
तू बील भरणार होतीस,
म्हणून मी,
दुष्काळातून आल्या सारखा,
खात होतो,
बील देतांना लक्षात आलं तुझ्या,
की तुझ्या जवळ पर्सच नव्हती,
आणि माझ्या जवळ पैसाच नव्हता,
मग काय, मी थोडाच मागे हटतो,
:
:
घासली ना हॉटेल मधली सगळी भांडी,दिवस भर
खसा खसा,
खसा खसा,
फक्त तुझ्या साठी
तिच माझी पहिली नोकरी

59. तुझ्या घरापासून दूर जातांना

तुझा भाऊ मागे लागला
तेव्हा
तुझ्या घरापासून,
जीव खाऊन,
दूर जातांना,
मन मात्र तिथंच,
घोटाळत राहिलं,
पुन्हा पून्हा,
माग वळत राहिलं,
कसे गुंतले होते हे धागे,
जोडी म्हण
काहीही म्हण,
एका शिवाय दुसऱ्याला
अर्थच नव्हता,
किती अपमान झाला तरी
माझा पाय पुढे जातच नव्हता,
कारणं
:
:
एक चप्पल पायात होती,
दुसरी तुझ्या दारात पडलेली होती

60. समाधानासाठी तडजोड

रात्रीचं तुझा अबोला,
कितीही आर्जव केली तरी,
ते गाल फुगवून बसणं आणि
ते पाठफिरवून झोपणं,
किती यातनामय,
नाही सहन होतं यातलं काहीच,
कशी बरं तू इतकी निष्ठुर होतेस,
छोट्या छोट्या गोष्टींसाठी.
बरं ना तुझ्या, ना माझ्या
एकमेकांकडून जास्त अपेक्षा आहेत,
मग मी अचानक,
तुला न सांगता उठलो,
तुझ्या न कळत,
स्वयंपाक घरात आलो
थोड्या वेळाने मागे
वळून बघितलं तर
:
:
मी खसा खसा घासलेल्या भांड्यामध्ये,
तुझे हसरे प्रतिबिंब दिसत होते

61. कसला अदभूत आनंद

नेहमी प्रमाणे तू सामोरं दिसलीस
आणि मी तुला हाय केलं
यात माझं काय बरं चुकलं होतं,
पण तू नुसतीच कानाखाली नाही वाजवलीस
तर कुत्रा काय म्हणालीस,
लुब्रा काय म्हणालीस,
चपलेने थोबाड काय फोडेल म्हणालीस,
मला तर काहीच समजेना,
असं काही व्हावं असं काही घडलंच नव्हतं,
मी तर सुन्न होवून गेलो,
डोळ्यादेखत स्वप्न चूर चूर होतांना बघत राहिलो,
डोळ्यातलं पाणी थांबता थांबेना थोड्यावेळाने तुझा फोन आला,
आणि कारणं कळलं तेंव्हा
मला आनंदाने नाचावंसं वाटलं,
तू म्हणालीस,
:

:

अरे वेड्या सोबत माझ्या वडील होते, म्हणून असं वागावं लागलं

62. तुझ्या समवेत एकट्याने प्रवास

एकट्याने प्रवास करतांना,

तू सामोरं बसलेली,

युगा युगाची ओळख असल्या सारखी हसली,

आणि प्रवास कसा,

आल्हाददायक झाला.

टकटक तुझ्या कडे बघतांना,

डोळ्यातून पाणी गळायला लागले,

पण मी पापणी देखील लवली नाही.

एक क्षणही मी तुला नजरेआड

होवू देणार नव्हतो,

मी बघितलं,

तू बटाटेवड्या वाल्याला हाक मारत होती.

आणि त्याचं लक्ष नव्हतं.

तो हलकट फालतू लोकांना वडे ।विकत बसला होता.

मला ते सहन झालं नाही.

मी धाडकन पळत गेलो.

दोन बटाटे वडे घेऊन आलो.

खिडकीतून तुला खातांना न्याहाळत बसलो.

पाणी.... तू म्हणाली.

लगेच मी पाणी आणून दिलं.

तू चंद्र सूर्य जरी मागितले असते तरी मी तुला आणून दिले असते.

चहा..... तू म्हणाली

आणि मी चहा आणायला पळालो.

आणि....

:

:

डोळ्यसमोर गाडी प्लॅटफॉर्म सोडून जातांना दिसली.
तरी तुझा दयाळू पणा किती
की तू चालत्या गाडीतून माझं सामान प्रेमाने खाली फेकून दिलं होतं.
नाहीतर आजकाल
कोण कोणासाठी इतक करत.

63. बचतीचा राजमार्ग

माझा पॉकेटमनी,
कॉलेजचे वर्ष,
हॉटेल,
अभ्यास,
पुस्तकं, वह्या,
वेळ,
नेट पॅक,
या सगळ्या सगळ्या
गोष्टींची बचत,
तुझ्या फक्त,
:
:
खबरदार माझ्या नादी
लागलास तर,
भावाला नावं सांगेन.
माझ्यावर प्रेम करायच्या आधी,
आरशात तोंड बघ,
या वाक्यामुळे झाली.

64. मागे वळून पाहिलं म्हणून कळलं

बागेमध्ये बेंचवरून उठलो
आणि,
मागे वळून पाहिलं.
मागं वळून पाहिलं,
म्हणून मला कळलं
की तुझ्या चेहऱ्यावर हसू फुललेले आहे,
नाही तर मी माझ्याच नादात राहिलो असतो,
अचानक मला सगळं जग
सुंदर आणि हसरं वाटायला लागलं,
हळू हळू तू पुढे आलीस,
माझ्या बरोबरीने चालायला लागली, आणि म्हणाली,
:

:

तुम्ही नुकत्याच रंग दिलेल्या
बेंचवर बसला होता हो,
पॅन्ट मागून काळी झालीय

65. शेवटचा मेसेज

अचानक बदलीच झाली
जाण्याचा दिवस,
खूप भावनिक,
आता सगळ्यांना सोडून जाण
किती अवघड,
त्यात तू माझी स्टेनो,
म्हणजे तर खूपच,
भावनिक नाते,
सगळे भावनिक होवून बोलतं होते,
मी खूप भारावलो होतो,
तू बोलशील असं वाटलं होतं,
पण नाही जमलं तुला,
पण अलगद तू एक चिठ्ठी
माझ्या हातात सरकवली
मला राहवेना,
काय बरं तू लिहिलं असेल,
का असतील त्या वर तुझे अश्रू सांडलेले,
किंवा असतील उमटलेले
लिपस्टिकचे डाग,
मी एकांतात गेलो,
अधीरतेने चिठ्ठी उघडली.
त्यात लिहिलेलं होतं.
:
:
इथंच भेटलात

66. माझा अल्लडपणा

तूझा त्या दिवशीचा राग,
किती पराकोटीचा होता,
तू मला चालता हो म्हणाली,
पुन्हा तोंडं दाखवू नको म्हणाली,
मनोरुग्ण म्हणाली,
बावळट म्हणाली,
अगदी नाही नाही ते बोलली,
चक्क हात जोडून,
माझं तुझ्या वर प्रेम नाही,
माझा पिच्छा सोड एकदाचा,
असं देखील म्हणाली,
पण...
:

:

मी किती अल्लड ना,
मला ते अजूनही खोटं वाटतं

67. मन उधाण वाऱ्याचे

आजची आपली शेवटची भेट,
उद्या मी दुसऱ्याची होणार,
चल आज मी तुला हॉटेल मध्ये नेणार,
नेहमी तू बील भरतोस,
आज मी भरणार.
तू हिरमुसलेला,
आता पुन्हा कधी भेट होणार,
माहिती नाही.
तू भेळ खातांना मी तुला बघत होते,
तुझे कुरळे केसं,
आणि,
सारखे भरून येणारे
टपोरे डोळे,
जणू आताच गालावर अश्रू ओघळतील,
इतका कसा रे तू हळवा,
मला तुझं ते रूप बघवेना,
मी काउंटरवर बील देण्याच्या निमित्ताने उठून आली
आणि डोळे पुसले.
तू देखील लगेच वेटरला हाक मारलीस,
आणि डोळे पुसत म्हणाला,
:
:
साखर दे यार,
भेळ काय तिखट झालीय

68. एक दिवस फक्त तुझ्या साठी

एक दिवस मनासारखं
तुला जगता यावं
म्हणून
तू नको नको
म्हणतं असतांना,
तुला भाजी आणून दिली,
गाडी पार्क करून दिली,
घर आवरू लागलो,
भांडी घासून दिली,
घर झाडून काढलं,
सिनेमाची तिकीट आणून दिली,
यावर बायको संतापून म्हणाली
:
:
तिचा नवरा घरी नसतांना,
या रिकाम्या उठाठेवी तुम्हाला
कोणी करायला सांगितल्या.
(थोडक्यात भल्याची दुनिया नसते)

69. अट्टाहास हा चंद्राचा

असं मला वाटलं बरं का , की
तुझ्या गच्चीतून दिसणारा चंद्र
माझ्या गच्चीतून दिसणाऱ्या चंद्रा पेक्षा,
सुंदर दिसतो,
म्हणून जेंव्हा तुझ्या घरी कोणी नव्हतं,
पण आकाशात चंद्र होता,
फक्त तो पाहण्या साठीच
मी तुझ्या गच्चीत गेलो,
अंधारात मला चंद्र दिसेना,
म्हणून तू दाखवत होती,
पण
नेमकं तेंव्हाच तिथं येवून
:

:

बायको चवताळून म्हणाली,
चंद्र एक बहाणा होता,
हा तुला भेटण्याचा अट्टाहास होता
(तात्पर्य : शेवटी खऱ्याची दुनिया नसतेच)

70. मनात दाटून आलेले काहूर

अचानक तू सामोरं दिसलीस,

आणि काळजात प्रचंड काहूर उठलं,

घशाला कोरड पडली,

तुझी माझ्यावर नजर पडू नये

असं क्षणभर वाटून गेलं.

तू तशीच आपल्या नादात,

त्याच ठिकाणी नेहमी सारखी,

आज मात्र एकटीच आली होती,

त्या दिवशी नवरा सोबत होता,

पण तरीही वाटेना तुझ्याशी संवाद साधावा,

उलटं वाटतं होतं की

तुझ्या नजरेसच पडू नये...

कारणं, नकोच त्या जुन्या आठवणी,

आणि तू भेटण्याच्या आधी,

उन्हात पोळलेल्या वाटा,

आणि तू तर लगेच ओळखलं असतं,

देवळाच्या बाहेर....

:

:

त्या दिवशी काढून ठेवलेली

तुझ्या नवऱ्याची चप्पल,

जी आज माझ्या पायात होती .

71. आनंदी आनंद गडे

त्याचा बदला कसा घ्यावा,

मला समजतं नव्हतं,

माझी मैत्रीण,

हो हो, माझी सक्खी मैत्रीण,

त्याने कशी पटवली मलाच समजेना,

असं झालंच कसं,

काही समझेना,

खूप विचार करून करून

शेवटी मी एक केलं,

तिच्या वडिलांना भेटलो,

सगळं नीट समजावून सांगितलं,

आणि त्या दोघांचं लग्न लावून देण्याचा आग्रह केला.

मग काय विचारता..

:

:

अवघा आनंद एक झाला.

हम दोस्ती भी दिलसे करते है, दुष्मनी भी दिलसे करते है ।

72. दोन दिवस

तू बेल दाबलीस
आणि लगेच निघूनही गेलास
मी घरात एकटी,
मी धावत आले
तो पर्यंत तू रस्त्याच्या
पलीकडे पोहोचलेला,
कसली घाई असते रे तुला नेहमी,
मला तुला काही सांगायचं होतं,
आता आपली दोन दिवस भेट
नव्हती होणार,
कारणं मी माहेरी जाणार होती,
तुला मला सांगायचं राहूनच गेलं
:
:
दोन दिवस दूध नको देवू म्हणून !!!

73. बहाणा नाही सांगत

रात्रभर मी जागाच होतो ,

अगदी डोळ्याला डोळा,

लागतं नव्हता,

सारखी या कुशीवरून त्या कुशीवर होतं होतो ,

काय करावं,

समजतंच नव्हतं,

या परिस्थितीतुन कसा मार्ग काढावा,

समजच नव्हतं,

खूप खूप त्रास झाला मनाला

कसं तुला समजावून सांगू,

बहाणे नाही ग ,

खरंच सांगतो आहे...

:

:

काल रात्रं भर लाईट नव्हते
आणि मच्छरांनी झोपूच नाही दिलं रात्रभर

74. कसं समजावू, तुम्हीच सांगा ना

तूला आठवतात का ग
त्या सगळ्या शपथा,
आणा भाका आपण घेतलेल्या,
तुझ्या डोळ्यात सगळ्या
जगाचं प्रतिबिंब पाहिलं मी,
तुझ्या हृदयात,
स्वतःलाच शोधले मी,
आणि का म्हणून तू माझा एव्हढा राग केलास,
का दूर लोटलंस मला,
एव्हढया छोट्याशा गोष्टीचा,
तू एव्हढा बाऊ करशील,
असं वाटलंच नाही,
कसं समजावू मनाला मी
का नसतो प्रेम करण्याचा
पुन्हा पुन्हा हक्क
:

:

लग्न झालेल्या माणसाला !!!
आहे का कोणा जवळ या प्रश्नाचं उत्तर

75. वाट किती पाहू

दोन दिवस सांगून तू गावी गेलास,
आणि आठ दिवस होतं आलेत
मला अजिबात करमत नाही रे,
तू म्हणजे माझा प्राण,
माझा श्वास, माझा घास,
माझे गाणे, माझे तराणे,
तुझ्या विना मला अजिबात करमत नाही,
तू म्हणजे माझं जगणं नाही,
तुझ्या शिवाय माझं कशा कशात
मन लागतं नाही,
काहीच करावंस वाटत नाही,
असा तू जीवनाला व्यापून उरला आहेस,
ये ना सख्या लवकर,
किती दिवस झाले,
:
:
आठ दिवस झाले तुझ्या हातच जेवण नाही,
आणि बघ ना आठ दिवसात कामही किती साठलीत

76. लवकर ये ना

मला चांगलंच समजून आलंय आता
तुला खरंच ना वेळेची
ना माणसाची,
ना त्याच्या भावनांची कदर आहे,
तू कल्पना पण नाही करू शकणार कीं,
माझं तुझ्यावर किती प्रेम आहे,
मी किती आतुरतेने वाट बघतोय तुझी,
एक एक क्षण कसा युगा युगा सारखा चाललाय,
आणि तू,
किती कठोर झाली आहेस,
तुला समजतच नाहीये,
कीं मी अशीच तुझी वाट बघत बसलो ना,
:
:
तर थोड्या वेळाने हीच
ऑफिस मधून घरी येऊन जाईल
तेंव्हा मात्र ओरडू नको कीं
माझं माझ्या बायकोवर खरोखरच प्रेम आहे म्हणून!!!

77. ओंजळ भर फक्त

बायकोच्या वाढदिवसाला,
लग्नाच्या वाढदिवसाला
आणि काय म्हणतात ते...
व्हॅलेंटाईन डे ला
आभाळ भर माया नाही देता आली,
तरी ओंजळ भर फुलं तरी,
स्वतःच्या बायकोला,
द्यावीच द्यावी,
हा माझा प्रेमाचा सल्ला नव्हे तर
आग्रहच आहे....
:

:

त्या मुळे तिला संशय येतं नाही,
आणि संसारही सुखाचा होतो .

78. .काहीच तर ठरवून केलेलं नव्हतं

त्या दिवशी,
कॉलेजच्या कॅरीडोर मध्ये,
नकळत ट्रेनला रिक्षा धडकावी,
तसा चुकून तुला धडकलो होतो,
त्या मुळे षटकार मारलेला बॉल,
मैदानाच्या बाहेर दूरवर जावून पडावा,
तसा पडलो होतो,
नंतर रितिरिवाजा नुसार,
व्हॅलेंटाईन डे ला तुला
गुलाबांची फुलं भेट दिली होती,
मला प्रेम करायचं होतं
आणि ते नकळत झालं होतं
तेंव्हा तुही हसली होती,
मीही हसलो होतो,
नियतीही हसली होती,
:
:

आज धुणी, भांडी, स्वयंपाक पाणी,
करतांना आठवत,
अरे प्रेमाचं रूपांतर लग्नात कसं काय झालं बरं,
काहीच तर ठरवून केलेलं नव्हतं .

79. कबूल करावेच लागले

बायको माहेरी गेली,
आणि नेमका लॉक डाऊन
सुरु झाला,
इतके वर्ष एकत्र काढल्यावर
अचानक एकमेकांपासून
इतका काळ,
दूर राहावं लागल्याने,
आम्ही फोनवरच बोलून,
एकमेकांना धीर देतं राहिलो,
महिन्या मागून महीने गेले
किती काळ लोटला,
दीर्घ काळा नंतर आम्ही एकमेकांना भेटलो,
तिला वाटलं होतं,
तिच्या आठवणींनी मी
खंगलो असेल,
पण माझी तब्येत टुणटुणीत झालेली पाहिल्यावर
तिने विचारलं.
तेंव्हा मला खोटं का होईना,
कबूल करावंच लागलं,
:

:

माझ्या स्वप्नात,ध्यानी मनी
फक्त तूच येतं होती म्हणून !!!
(आपला विश्वासू)

80. प्रेमासाठी त्याग

प्रेम की लग्न,
लग्न की प्रेम,
मला हवं होतं प्रेम,
तुला हवं होतं लग्न,
माझ्या मते प्रेम हे प्रेम असतं,
ते शाश्वत असतं,
चिरंतन असतं,
ते कालातीत असतं,
बंधनातीत असतं,
अपरिवर्तनीय असतं,
कोणत्याही नियमात न बसणार असतं,
सूर्य बदलेल,
पृथ्वी बदलेलं,
पण प्रेम बदलत नाही,
आभाळावर प्रेम करणाऱ्या पक्षाला
पिंजऱ्यात कसं बरं ठेवता येईल
पण तुला हे कसं समजावून सांगावं,
शेवटी, नाईलाज झाला,
कोणतीच पळवाट शिल्लक राहिली नाही,
:
:
बायकोचा चेहरा डोळ्यासमोर आला आणि मी,
दुसरी मैत्रीण शोधली,
खऱ्या प्रेमात त्याग पण आवश्यक असतो .

81. न कळत डोळे भरून आले

आज पहिल्यांदा,
लग्न झाल्या नंतर,
गावी गेलो तेंव्हा,
सहज गोठ्याकडे,
नजर गेली,
दावणीला बांधलेला,
एक बैल,
मुकाट्याने
समोर टाकलेला चारा
खात बसलेला होता,
:
:

हे पाहून न कळत डोळे भरून आले.
(कृपया गोष्ट अत्यंत खाजगी आहे. आपल्यातच राहू द्यावी)
(हे माझे निव्वळ मुक्या प्राण्याबद्दलचे प्रेम आणि सहानुभूती आहे.
या गोष्टीचा कोणत्याही गोष्टीशी दुरानवयानेही संबंध नाही. आल्यास
अगर वाटल्यास निव्वळ योगायोग समजावा)

82. कळलंच नाही कसे अचानक

माझ्या खिडकीतून तुझी खिडकी,
तूझ्या खिडकीतून दिसते मला,
मध्येच वाऱ्याच्या झुळकीने
पडदा हलला की,
दिसणारी ती फुलदाणी,
फुलदाणीत ठेवलेली
रंगीबेरंगी फुलं,
आणि मधूनच अवचित दिसून
जाणारी तुझी आकृती,
त्या फुलांभोवती
मनात उमलणारी वेगवेगळी स्वप्न,
नेमका त्याच वेळी येणारा
हा खोकला आणि तुझं हसून
पडदा लावायला येणं,
सगळं कसं स्वप्नवत वाटत
एकदिवस अचानक
खिडकीत उभा असतांना
तुझी माझी नजरा नजर झाली,
तू हसली, मीही हसलो,
तोच तसाच खोकला
आणि तुझे ते मान वेळावून पडदा लावणे,
सुरु असतांना भान विसरले
आणि अचानक
:

:

स्वयंपाक घरातून पाठीवरती
कसे लाटणे येऊन आदळले !!!
(एखाद्याच्या घरातील फुल पाहणे एव्हढा मोठा गुन्हा असतो का)

स्वयंपाक घरातून पाठीवरती
कसे लाटणे येऊन आदळले
(एखाद्याच्या घरातील फुल पाहणे एव्हढा मोठा गुन्हा असतो का)

83. असे मला जास्तच का झाले

तू दिसल्यावर
घशाला कोरडं,
रात्रीचं जागरण,
छातीत धडधड,
कशातच चित्त न लागण,
हुरहूर,विरक्ती
जेवणावरची वासना उडणं,
जगण्याची ईच्छा नष्ट होणं
या गोष्टी झाल्याचं पण,

:

:

तूला पाहतांना बायको ने पाहिले,
तेंव्हा प्रकर्षाने जाणवल्या !!!
(आजकाल चांगल्याला चांगले म्हणण्याचा जमानाच राहिलेला नाही
)

84. देवा शपथ खरं सांगेन

लाडक्या, जिवलगा,
प्रियकरा, प्रियंतमा
आज मला तुला एक प्रश्न विचारायचा आहे,
अगदी शपथ आहे तुला,
अगदी खरं खरं सांगायचं,
तू खूप चांगला आहेस,
लग्नाच्या आधी धुणी, भांडी,
चहा, स्वयंपाक पाणी,
वगैरे किरकोळ काम
तू खूप प्रेमाने करायचास,
माहिती आहे आजही करतोस,
फक्त प्रश्न एव्हढाच आहे
:

:

लग्नाच्या आधी तू जी काम प्रेमाने करायचास,
ती आजही प्रेमाने करतो की धाकाने,
खरं बोललास तर
आज लाटण फ्री डे, प्रॉमिस

85. मच्छर आणि डेंटिस्ट

काल मला डेंटिस्ट विचारत होता,
खरंच सांगा बरं मला,
तुमच्या बायकोने,
गालावर बसलेला,
मच्छर मारण्यासाठीच,
:

:

वरवंटा मारून फेकला होता का

86. घट्ट अतूट धागे

आठवत का तूला,
माझ्या साठी लग्नानंतर
तू एक स्वेटर विणलं होतं,
कसले धागे गुंफले होते,
घट्ट आणि मजबूत,
वाटलं नव्हतं
अजून तू ते जपून ठेवलं असंशील
अचानक आज
लग्नाच्या पंचवीसाव्या वाढदिवसाला
तुला असं का वाटलं की मी
ते स्वेटर तुला पुन्हा घालून दाखवावं,
मीही पाघळलो हट्टाला,
तुझ्या त्या जीवघेण्या हसण्याला
:

:

भांड्यात तोंडं अडकलेल्या बोक्या सारखा फिरतोय,
स्वेटर अडकलय
मानेतून निघत नाही.
कसले अतूट धागे आहेत ना हे !!!

87. असा कसा रे तू

सख्या रे तू असा कसा रे,

मलाच कळतं नाही,

तुला माझे काळे काळे ,

कुरळे कुरळे केसं किती आवडायचे,

माझे मऊ शार केसं,

त्यांचा मुलायम स्पर्श,

या वर तर तू स्वर्गसुखं पण उधळून देणारं होतास,

नेहमी केसांना उद्देशून ते कोणतं गाणं,

तेरी जुल्फोसे जुदाई नहीं मांगी थी

गाणं तू गुणगुणायचास,

किती किती कविता केल्या होत्या तू

माझ्या केसांवर,

मला पण खूप अभिमान वाटायचा आणि

कसलं रोमांचित वाटायचं मला,

आणि मग आज...

:

:

तेच केसं भाजीत सापडले की,

तुझं पित्त का खवळत

मलाच समजतं नाही !!!

88. माझा मी न उरलो

तुझ्या प्रेमात मी किती अखंड बुडालेलो होतो.
एक मॅटरनिटी हॉस्पिटल सोडलं तर,
डेंटल पासून मेंटल पर्यंत,
सगळ्या दवाखान्यातून राहून झालं होतं,
तरी मला त्याचं कधी वाईट वाटलं नव्हतं,
इतरांचंही सोड आणि समाजाचंही सोड,
पण जेव्हा तू आणि तुझ्या नवऱ्याने देखील,
माझ्या निस्सीम प्रेमावर संशय घेतला, तेव्हा,
:
:
तेव्हा मात्र मी कोलमडलो
आणि माझा मी न उरलो
(प्यार के परदे मे हम सब का खुदा रहेता है म्हणे ... सब झूठ,
हो हो सफेद झूठ)

89. खरं तर सांगायचं नव्हतं तुला

खरं तर सांगायचं नव्हतंच तुला,
कारण ही गोष्ट तितकी महत्वाची पण नव्हती
की तुला आवर्जून सांगावी
पण त्या दिवशी अचानक,
ध्यानी मनी नसतांना बायकोच
समोरून आली,
आणि मग मला नाईलाजाने,
तिची तूला ओळख करूनच द्यावी लागली,
:
:
पण मला सांग हे क्षुल्लक कारण,
ब्रेकअपचे असावे का,
किती मनाचा आणि विचारांचा संकुचितपणा हा !!!

90. आशेची पणती

मान्य आहे की मी तूझ्यावर प्रेम आहे,
तुझं माझ्यावर प्रेम आहे,
कितीतरी वेळा आपण समुद्रावर,
कॉलेज बुडवून फिरायला गेलो असू,
कितीवेळा बागेत, दूर दूर एकांतात,
जिथं कोणीही नसेल अशा ठिकाणी, गेलो असू,
तू दुसऱ्या कुणाशी लग्न केलं असतं,
तरी माझी काहीच हरकत नव्हती,
माझी कशालाच ना नव्हती
पण एकच आशेची पणती,
मनात होती मिणमिणती... की
:

:

हा माझा मोठेपणा तू तूझ्या घरच्यांना सांगायला हवा होता,
जेंव्हा ते मला बडवत होते
(तेंव्हाच्या तूझ्या गप्प राहण्याने मला तरुणपणीच कवळी लावावी
लागली)

91. ज्या वळणावर पाऊस होता

त्या वळणावर पाऊस होता,
अन मी चिंब अशी भिजलेली,
पावसा आधी सुसाट वाऱ्याने
छत्री माझी उलटवलेली,
पावसाने तर अवचित गाठले,
कुठे जावू कशी जावू काही कळेना,
आणि तू आठवलास,
फक्त तुझ्या पर्यंत मी पोहोचायला हवे होते,
मग मी असे पावसाळे असंख्य झेलले असते,
तुझी आठवणं येताच मी सारे विसरली,
आणि तशीच भिजत निघाले,
फक्त एकच गोष्ट आठवली
:
:

रस्त्याच्या पलीकडेच वळणावर
तुझं छत्री दुरुस्त करण्याचं दुकानं आहे !!!

92. मला लगेच समजलं

मला प्रपोज करण्या आधी,
आरशात तरी तोंड पाहायचं असतं,
माझ्या भावाला सांगितलं,
तर तुझं हाडंही शिल्लक राहणार नाही,
नेहमी माझा लुब्रा, लंपट, लाळघोट्या
म्हणून उल्लेख करणारी तू,
अचानक मला संध्याकाळी
भेटशील का,
मी तुझ्या वाचून जगू शकणार नाही,
असं म्हटल्या बरोबर,
मला तुझ्या नजरेतून सगळं समजलं,
:
:
की, परीक्षा जवळ आली आहे
आणि तुला माझ्या नोट्स हव्या आहेत !!!

93. मला लगेच कळलं

जेंव्हा तू मला म्हणालीस,
की मी काल एक मिनिटंही झोपली नाही
रात्रभर नुसती तळमळत होते,
एक क्षणभरही माझा डोळ्याला डोळा लागला नाही,
सारखी मी या कुशीवरून
त्या कुशीवर होतं होते,
त्या वरून
आणि तुझ्या गालावरच्या खुणा पाहून,
नुसत्या नजरेने मला समजले,की
:
:
तुझ्या घरचं गुड नाईट संपलं असणार म्हणून !!!

94. तुला मी हे एकदा सांगायला हवं होतं

लॉक डाऊनच्या काळात देखील

आपला सगळा संसार कसा,

कोणालाही हेवा वाटावा असा

नेटका आणि मधुर,

अगदी नजर लागण्या सारखा झाला,

कधी भांड्याला भांड लागणं नाही,

की कधी काही तक्रार नाही.

तुझं हसणं तुझं दिसणं

तुझी ईच्छा पूर्ण केल्या नंतरचा तो,

खट्याळ कटाक्ष, किती मौल्यवान असायचा,

तू ईच्छा व्यक्त करणं

आणि मी ती पूर्ण करणं

हे आनंदाचे निधान होते,

आणि तुझंही मागणं जास्त नसायचंच म्हणा

जे तुझं म्हणणं तेच माझं म्हणणं,

जे माझं करणं तेच तुझं म्हणणं,

पण तरी कधीतरी वाटतं की,

उशीरा का होईना,

काय वाटटेल ते करून

मी तुला हिम्मत करून हे सांगायलाच हवं होतं, एकदा की

:

:

मी तुझा नवरा होतो,

बिनपगारी नोकर नाही !!!

95. सांभाळून घे मला

संसार असाच असतो,
मला काहीच येत नाही,
म्हणजे सवयच नाही म्हण
किंवा वळणचं लावलेलं नाही असं म्हण हवं तर,
त्या मुळे कधी भाजी खारट होईल,
नाहीतर तुरट होईल,
कधी भात करपलेला असेल तर
कधी गिळगिळीत,
कधी भांडयांना राख लागलेली असेल तर,
कधी कपड्यांना डाग,
पण मला सांभाळून घेशील ना,
कारण
:
:
लग्नाच्या आधी ही काम
मी कधीच केलेली नव्हती ग !!!

96. आता तूच सांग

तू लाख बजावलं होतंस ग,
आपण घेतलेल्या शपथा,
साता जन्माची साथ देण्याची वचन
सगळं सगळं
झालं गेलं विसरून जायचं
उद्या माझं लग्न होतंय,
माझी शपथ आहे तुला.
अजिबात तिकडे फिरकायचं नाही,
पण आता तूच सांग
कसा ताबा ठेवू, तूच सांग ना,
मी खूप प्रयत्न केला ग,
मांडवाच्या बाहेरूनच निघून जाण्याचा,
पण काय करू,
कसा आवरू मनाला,
आणि स्वतःला,
तूच सांग ना,
नाही आवरू शकलो मी मला,
कारण
:
:
एव्हढा जेवणाचा घमघमाट येतं होता बाहेर !!!

97. तुझं रुसणं

तुझं ते हक्कानं रुसणं,
अन मग ते अबोला धरणं,
डोळ्यातून अश्रू धारा वाहावणं,
तोंडं फिरवून बसणं,
जगणं कसं असह्य होवून जातं,
खरच नको वाटतं,
हे असलं जीवन,
तुझ्या वीना मी कल्पनाही
नाही करू शकत जगण्याची,
माझं ते तुझ्यात गुतणं
तू डोळ्याच्या कोपऱ्यातून बघत असते,
अलगद तुला जाणवू न देता,
मी हळूच उठतो,
:
:

आणि अलगद
झाडू घेऊन घरं झाडायला घेतो !!!

98. तुला आज जमलं नाही

तुला हे कधी ना कधी सांगावं लागणारच होतं,
शेवटी आपण एकत्र घालवलेले क्षण आणि त्यांच्या आठवणी,
याला पूर्ण विराम देण्याची वेळ आलीच होती,
हॉटेलमध्ये नेहमीच्या जागी,
बसून मी, नेहमीची ऑर्डर दिली,
शेवटची ऑर्डर आणि तुझी प्रतिक्रिया पाहू लागले,
माझं लग्न ठरलंय,
तू वर बघत नव्हतास,
पण आतल्या आत उध्वस्त झाला होता,
तुझ्या शिवाय मला काही करमणार नाही,
जगायलाही काही जमणारही नाही,
तू काहीच बोलला नाही,
मला माहित होतं तू कोलमडतोय,
कारण तुझ्या टपोऱ्या डोळ्यातुन पाणी वाहात होतं,
मी निस्तब्ध आणि गंभीर
शेवटी तू उठलास , डोळे पुसले
काउन्टरवर बिल भरता भरता म्हणालास
:
:
वेटर, आज भेळ प्रचंड तिखट झाली आहे.
खायला पण जमत नव्हती !!!

99. असह्य तगमग

मी फक्त तुझ्या झोपण्याची वाट बघत होतो.
आज तू घरात एकटी.
बराच वेळ तू कोणती तरी सिरीयल पाहात बसली.
नंतर मोबाईल चेक केला.
थोड्यावेळाने लाईट बंद केला.
बस थोडा वेळ फक्त तुझ्या झोपण्याची वाट बघायची.
समोर तुझा कमनीय देह दिसत होता.
माझी नुसती तगमग होतं होती.
शेवटी माझ्या कडून धीर धरवेना.
मी उठलो, अलगद पडद्या मागून बाहेर आलो.
पण पुढची कहाणी कशी सांगू

:

:

तू मच्छर दाणीत झोपलेली होती.
आणि मच्छरदाणी वर बसून
मी आत शिरायला कुठे जागा आहे का
ते असाह्यपणे शोधत होतो.
(एक मच्छरदाणी एक मच्छर को....)

100. संयम

अचानक व्हाट्सअप वर
कॉलेजच्या ब्युटी क्वीनचा मेसेज झळकला,
तुझं माझ्या वर खरं प्रेम असेल तर लगेच हाय कर,
नाही तर नो लिहून मला कायमच विसरून जा..
मी अभ्यास करत बसलो होतो.
बाजूला मित्र झोपलेला होता.
क्षणभर मला हेवा वाटला,
पण मी मनावर संयम ठेवला
आणि सॉरी, नो असं टाईप केलं.
निर्वीकार पणे अभ्यासाला लागलो,
संस्कार म्हणतात ते हेच.
आपण कॉलेज मध्ये कशाला येतो
शिकायलाच ना
आता इतर मुलं मला वेडा म्हणतील ,
पण त्यांना काय माहित..
:
:
की मेसेज मित्राच्या मोबाईल वर आला होता म्हणून !!!

मनोगत

कविता हा काही माझा प्रांत नव्हे आणि स्वभावही नाही. कारण लग्न झाल्या पासून प्रत्येक सुंदर गोष्टीवर कविता करता येते यावरचा माझा तर विश्वासच उडून गेलेला आहे. तेंव्हा मी वैफल्य ग्रस्त होवून काही बाही लिहायला लागलो. पण ते वाचून देखील लोकांना वाईट वाटेना. उलट त्यात त्यांना मजा वाटे. थोडक्यात पर दुःख नेहमीच शीतल असते हेचं खरं.

तरी मला जो लिहायचा आजार जडला होता.त्यातून मला बाहेर पडता येईना. त्यातून मी माझ्या, सहन होत नाही आणि सांगताही येत नाही अशा वेदना मांडायला लागलो. अर्थात त्यात चंद्र, सूर्य, तारे, फुलं, अश्रू, उसासे असं काही नसायच पण असं काही विचित्र वाचलं की समोरच्याच्या चेहऱ्यावर हास्य येतं आणि तो मूळचा रेखीव असलेला चेहरा अधिकच सुंदर दिसायला लागतो असं माझ्या लक्षात आल्यावर मी स्वतःला कवी समजून जास्तच चेकाळल्या सारखा लिहायला लागलो. तेंव्हा मला समजत नव्हतं की लोकं मला हसताहेत का माझ्या लिखाणाला.

असो, जर माझ्या दुःखा मुळे कोणाच्या चेहऱ्यावर हसू उमटतं असेल तर मी अशी अनंत दुःख झेलण्यासाठी तयार आहे.

दत्ता जोशी, मुंबई

datta.joshi64@gmail.com